Published by Honeycomb Adventures Press, LLC
PO Box 1215, Hemingway, SC 29554.
http://honeycombadventures.com

ISBN: 978-0-9820886-6-1

Text © 2020 by Janice D. Green
Illustrations © 2020, 2019, 2018 by Kimberly Meritt
translated by Goodluck Gabriel in 2023 (Fiverr)

Marejeo ya biblia ndani ya kitabu hiki sio nukuu, bali ni kutokana na kumbukumbu zilizoandikwa na mwandishi ili kuwasaidia watoto kuelewa matukio ya Biblia juu ya nabii Yona.

Haki zote zimehifadhiwa. Ni marufuku kuzalisha tena au kutuma sehemu yoyote ya kitabu hiki kwa namna yoyote au kwa njia yoyote, ya kielektroniki au kimekanika, ikiwa ni pamoja na kutoa nakala, kurekodi au kwa kutumia mfumo wowote wa kuhifadhi taarifa bila kuwa na ruhusa ya Mchapishaji, isipokuwa pale inaporuhusiwa na sheria.

Pia mnunuaji wa kitabu hiki anaweza kupakua faili la PDF ambalo lina kurasa za kupaka rangi kwa ajili ya kufundishia au kutengenezea vitambaa vya urembo vya Bilblia. Tafuta link katika ukurasa ambapo vitambaa vya urembo vya Biblia vimejadiliwa karibu na nyuma ya kitabu.

Mungu alimwambia Yona aende Ninawi na kuwaambia watu kwamba atauharibu mji wao. Lakini Yona hakutaka kwenda. Aliwaogopa watu wa Ninawi.

Yona alisikia mambo mengi mabaya kuhusu watu wa Ninawi. Alitaka Mungu awamalize watu hao wabaya pamoja na mji wao.

Yona aliwaza. Itakuwaje kama watu wakimsikiliza? Itakuwaje kama wakiacha kufanya mambo ya uovu? Na itakuwaje kama Mungu akiona na kubadilisha mawazo yake.

Hivyo Yona aliamua kwenda upande mwingine. Alienda bandarini na kupanda meli na kwenda mahali panaitwa Tarshishi—ambako ni mbali sana kutoka Ninawi.

Mungu alimtazama Yona akienda katika meli hiyo, hivyo alituma dhoruba yenye upepo na mawimbi makubwa kuipiga meli hiyo baharini.

Mabaharia waliogopa hivyo walitaka kupunguza mizigo ili wasizame. Walitupa makreti yao mazito na maboksi baharini.

Mabaharia walilia kwa miungu yao ya uongo. Lakini dhoruba iliendelea kuwa mbaya zaidi.

Muda wote huu Yona alikuwa amelala kwenye chumba chake chini ya meli. Nahodha wa meli alipomkuta Yona alimkaripia, "Unalalaje na hii dhoruba yote? Amka umuombe mungu wako!"

"Kuna mtu amefanya jambo baya vinginevyo hii isingetutokea," mabaharia walisema. Hivyo mabaharia walipiga kura kujua ni nani aliyehusika na dhoruba hiyo. Kura za wakati huo zilikuwa ni kurusha kete au kuvuta majani mkononi ili kuamua jambo. Kura ikamuangukia Yona.

"Wewe ndio sababu dhoruba hii imekuja?" Walimkaripia Yona. "Umetoka wapi? Mungu wako ni nani?"

Yona alijua kwamba mabaharia walikuwa sahihi. Alijua kwamba amemkimbia Mungu.

"Mimi ni Mwebrania," Yona alisema, "ninamwabudu Mungu wa mbinguni aliyeumba nchi na bahari. Nichukueni na mnitupe baharini na dhoruba itasimama. Hii dhoruba chanzo chake ni mimi."

Mabaharia waliogopa kumtupa Yona baharini. Walijaribu kurudi nchi kavu, lakini mawimbi yaliongezeka na kuwarusha huku na huko na hawakuweza kwenda.

Mabaharia walimuomba Mungu wa Yona. Walimuomba asiwakasirikie wao kwa ambacho watakifanya. Kisha wakamtupa Yona upande wa pili wa meli.

Mara moja, upepo ukaisha, na bahari ikatulia.

Mabaharia walibaki macho wazi kwa mshangao na walizidi kumuogopa Mungu wa Yona. Walitoa kafara kwa Mungu na kuweka ahadi kwake.

Yona alifunga macho na kubana pumzi huku akizama kwenye mawimbi.

Alizama katikati ya mabonde ndani ya milima chini ya maji. Yona alihisi mimea ya baharini ikimfunika kichwani.

Yona alimkimbia Mungu, na sasa yupo katikati ya mimea ya bahari chini baharini. Je, atakufa? Je, ataona tena hekalu takatifu la Mungu?

Yona aliweza kuhisi mikono na uso wake na hivyo alijua bado alikuwa hai.

"Umesikia maombi yangu kutoka chini ya bahari!" Yona alisema. "Umeniokoa na dhoruba na mawimbi. Bado niko hai!"

"Nilikuwaza wewe nilipohisi mimea ya baharini ikinifunika kichwani chini ya bahari. Nilikaribia kufa," Yona alimwambia Mungu, "na niliomba niweze tena kutoa kafara kwako na kutimiza ahadi zangu zote kwako."

Moyo wa Yona ulijaa Sifa kwa Mungu. Japokuwa bado alikuwa ndani ya samaki mkubwa, bado alikuwa na imani na Mungu. Alijua Mungu amemtuma samaki huyo kumuokoa.

Lakini Mungu hakuruhusu Yona afe. Bado kulikuwa na kazi Yona alitakiwa kuifanya.

Mungu huyo aliyeumba bahari na kila kitu ndani yake aliumba samaki mkubwa – inawezekana alikuwa ni nyangumi – na kumtuma kummeza Yona.

Samaki huyo mkubwa alimhifadhi Yona ndani ya tumbo lake kwa siku tatu usiku na mchana.

Mungu alisikia sala za Yona. Alimuagiza samaki huyo mkubwa kumtema Yona ardhini.

Yona alitazama anga la bluu. Aliona ndege na majani na miti, na alikuwa na furaha sana kuwa hai.

Mungu alimwambia Yona, "Inuka na uende Ninawi kuwapa watu ujumbe wangu."

Hivi sasa Yona alimtii Mungu.

Yona aliwahi kwenda Ninawi. Alipiga kelele nyingi kwa watu, "Mji wa Ninawi utaangamizwa ndani ya siku arobaini!"

Yona alitimiza ahadi yake. Ninawi ulikuwa ni mji mkubwa. Ilimchukua Yona siku tatu, ndefu na za kuchosha kuzunguka katika mitaa yote hiyo, na Mungu alimlinda kote alipopita.

Alipiga kelele za ujumbe wake kila alipokwenda. "Mungu amesema mji wa Ninawi utaharibiwa ndani ya siku arobaini!"

Yona hakuacha mpaka pale kila mtu aliposikia ujumbe huo.

Watu wa Ninawi walimwamini Yona. Waliacha kula. Walibadilisha nguo zao nzuri na kuvaa nguo za magunia, zilizochoka ili kumuonyesha Mungu kwamba walikuwa wanajuta.

Hata mfalme alibadilisha nguo na kuvaa magunia. Alilala chini katika majivu na kuweka sheria mpya.

"Kila mtu ni lazima aache dhambi," alisema. "Kila mtu, hata wanyama, ni lazima wavae nguo za magunia. Na watu na wanyama ni lazima waache kunywa na kula. Kila mtu ni lazima amuombe Mungu."

Mfalme alitarajia Mungu angesikia maombi yao, na kubadilisha mawazo, na asiuharibu mji wao.

Mungu aliona watu wameacha kula.

Aliwaona wamevaa nguo za magunia zilizochoka.

Alisikia sala zao.

Na aliwaona wameacha kufanya mambo mabaya waliyokuwa wakiyafanya.

Hivyo Mungu aliwahurumia watu wa Ninawi. Hakuuharibu mji wao.

Lakini Yona alichukia. Hasira ilimjaa ndani yake—kwa Mungu. Alikuwa bado haipendi Ninawi. Hakutaka Mungu awaonee huruma.

Mungu alikuwa na somo lingine kwa Yona. Mungu alifanya mti ukue haraka, na kumpa kivuli Yona akapata mahali pa kupumzika. Yona alipenda mti ule.

Siku iliyofuata Mungu alituma buu na akala mti wote na ukakauka na kufa. Mti ulipokufa Yona alisema, "Nina njaa! Ninataka kufa."

Mungu alimwambia Yona, "Haukufanya lolote ili mti ule ukue. Hautakiwi kujali ulipokufa. Ninawajali watu na watoto ndani ya Ninawi. Wao ni wa muhimu zaidi kuliko mti huu."

Biblia haituambii kama moyo wa Yona ulibadilika. Lakini tunajua Mungu alimvumilia Yona.

Maswali ya kujiuliza

Je, umeshawahi kufanya kinyume na vile ulivyoambiwa ufanye? Nini kilitokea?

Ni maisha ya nani yalikuwa hatarini zaidi pale Yona alipopingana na Mungu? Je, ulishawahi kufanya jambo baya ambalo lilisababisha watu wengine kuumia?

Mabaharia walijifunza nini kuhusu Mungu?

Je, unadhani utajisikiaje ndani ya tumbo la samaki mkubwa au nyangumi? Je, kutakuwa na harufu gani?

Ulishawahi kupata matatizo makubwa sana ukawaza hakuna namna ya kutoka? Nini kilitokea? Je, ulikumbuka kumuomba Mungu kuhusu matatizo yako? Je, una tatizo lolote unalofikiria ni kubwa sana Mungu kuweza kulitatua?

Unafikiri Yona alijisikiaje aliporudi nchi kavu na kuwa mzima? Je, unaweza kukumbuka wakati ambapo Mungu alijibu maombi yako? Ulijisikiaje?

Kuvaa nguo za magunia na kukaa katika vumbi na majivu ilikuwa ni njia wakati wa kipindi cha Biblia kuonyesha kwamba walikuwa na huzuni na kuomba msamaha kwa walichokifanya. Je ni mambo gani ambayo unaweza kufanya sasa hivi ili kuonyesha kwamba kweli unaomba msamaha wa kitu ulichokifanya?

Je, umewahi kuona jambo zuri likitokea kwa mtu ambaye amefanya mambo mabaya? Je, ulijisikiaje? Je, Mungu alisema Yona anatakiwa kujisikiaje baada ya Mungu kuwasamehe watu wabaya wa Ninawi?

Yona hakuwa nabii mkamilifu. Lakini Mungu alimpa nafasi ya pili. Je, ni lini ulipewa nafasi ya pili ya kufanya jambo fulani kwa usahihi?

Kitambaa cha Urembo cha Biblia
Shughuli ya Familia

Namna ya kufurahisha ya kuwashirikisha hadithi za Biblia mtoto wako ni kutengeneza kitambaa cha urembo cha Biblia. Unaweza kufikiria kitanda cha mtoto kingekuwa kimefunikwa na kitambaa cha urembo chenye matukio kutoka katika hadithi za Biblia. Fikiria mtoto akionyesha picha hizo na kuomba kusikia hadithi ya Biblia tena? Haya ndiyo malengo ya BibleQuilts.com, blogu nyingine dada ya Honeycomb Adventures Press, LLC

Vitabu vya Kusisimua vya Sega la Asali vimetengenezwa vikiwa na lengo la vitambaa vya urembo vya Biblia vilivyochorwa na kalamu za rangi kichwani. Chora juu ya picha za mraba juu ya block nyeupe ya kitambaa cha pamba na paka rangi na rangi za CrayolaTM. Kandamiza kitambaa katikati ya taulo la karatasi na pasi ya moto ili kuondoa nta(wax) iliyozidi na kufanya rangi ikae kwa kudumu. (Angalia maelezo kamili katika www.biblequilts.com)

Unaruhusiwa kuchora juu yake au kupiga picha ya michoro katika kitabu hiki kwa ajili ya matumizi ya miradi ya familia yako ya vitambaa vya urembo vya Biblia au kutengeneza vitambaa hivi kwa ajili ya kanisa lako. Faili la PDF ambalo lina picha hizi zote pia linapatikana katika kitabu hiki katika

https://honeycombadventures.com/swahili-links/
Neno la siri: Swa123

www.biblequilts.com   www.honeycombadventures.com

Kuhusu mwandishi:
Janice D. Green alistaafu kama msimamizi wa maktaba ya msingi ili kuandika vitabu. Amewahi kuandika na kuchapisha vitabu vitatu vya hadithi za Biblia, *The Creation*(Uumbaji), *Baby Jesus…Messiah!*(Mtoto Yesu…Masihi!) na *Jonah, the Fearful Prophet* (Yona, Nabii Mwoga). Anachopenda ni kuhimiza watu kusoma Biblia wao wenyewe na kufahamu ukweli.

Kuhusu mchoraji:
Kimberly Merritt ni mke wa mchungaji kwa zaidi ya miaka 20. Wakati akihudumu pamoja na mume wake, amebarikiwa kuweza kuchora zaidi ya vitabu 50 vya watoto kwa waandishi kutoka maeneo mengi ya dunia.